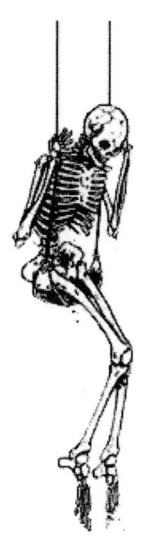

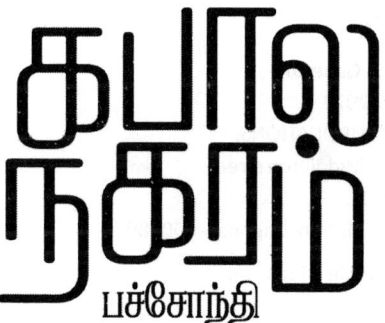

கபால நகரம்

பச்சோந்தி

நீலம்

நீலம்

கபால நகரம்

ஆசிரியர் : பச்சோந்தி I முதற்பதிப்பு : டிசம்பர் 2022

நீலம் பப்ளிகேஷன்ஸ்,
முதல் தளம், திரு காம்ப்ளக்ஸ்,
மிடில்டன் தெரு, எழும்பூர், சென்னை - 600008.

அட்டை & நூல் வடிவமைப்பு : நெகிழன்

விலை ரூ.100

KABAALA NAGARAM

Author : Pachonthi © R.S.Ganesan
First Edition : December 2022
Published by : NEELAM PUBLICATIONS,
1st floor, Thiru Complex, Middleton street,
Egmore, Chennai - 600008.
Printed at Ramani Print Solution, Chennai - 600089.

Email : editor@neelampublications.com
Mobile : +91 63698 25175

INR : 100
ISBN : 978-93-94591-28-8

Neelam Monthly Magazine & Subscription - www.theneelam.com
Neelam Online Store - www.neelambooks.com

பச்சோந்தி (1984)

இயற்பெயர் ரா.ச.கணேசன். திண்டுக்கல் மாவட்டம் கோவில்பட்டியில் பிறந்தவர். பெற்றோர் மாரியம்மாள் - சண்முகம். 13 வயதில் சென்னைக்கு இடம்பெயர்ந்து, வேளச்சேரி அரசு மேல்நிலைப் பள்ளியில் பள்ளிப் படிப்பையும் குருநானக் கல்லூரியில் BSc கணிதமும் முடித்தார். கணையாழியில் மூன்றாண்டுகள் உதவி ஆசிரியராகவும், வம்சி புத்தக நிலையத்திலும், ஆனந்த விகடனில் உதவி ஆசிரியராகவும் பணிபுரிந்தவர், தற்போது நீலம் குழுமத்தில் உதவி ஆசிரியராகப் பணிபுரிந்து வருகிறார்.

மனைவி : சுகன்யா, மகள்: யாழிசை, மகன்: மீகாமன்

இவரது கவிதைத் தொகுப்புகள்: வேர்முளைத்த உலக்கை (2015), கூடுகளில் தொங்கும் அங்காடி (2016), அம்பட்டன் கலயம் (2018), பீஃப் கவிதைகள் (2020).

நன்றி

ம.இராசேந்திரன் | கே.வி.ஷைலஜா | செல்மா பிரியதர்ஸன் | யவனிகா ஸ்ரீராம் | ஷங்கர்ராமசுப்ரமணியன் | ஸ்டாலின் ராஜாங்கம் | பா.இரஞ்சித் | கார்த்திக் நேத்தா | பிரவீண் பஃறுளி | நேசமித்ரன் | கல்யாணராமன் | ஜமாலன் | வசுமித்ர | அரண்செய் ஹசீப் | சமஸ் | நெகிழன் | வினையன் | சபரிநாதன் | பொன்.வாசுதேவன் | பாலை நிலவன் | நுட்பம் இரா.சந்தோஷ்குமார் | வே.நி.சூர்யா | பெரு விஷ்ணுகுமார் | ம.கண்ணம்மாள் | இலஞ்சி கண்ணன் | ராம் முரளி | சந்துரு மாயவன் | ஆனந்த் வனமயில் | புளியந்தோப்பு கார்த்தி | கோ.ரவி | வை.சுப்ரமணியன்.

இதழ்கள்

யாவரும்.காம் | தனிமை | திணைகள் | அகநாழிகை | நுட்பம்

சமர்ப்பணம்
நடைபாதை வாசிகளுக்கு

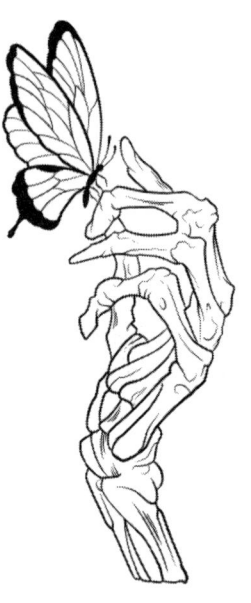

பேச்சுக்குரலில் நவீனப் பட்டினப்பாலை

‘கபால நகரம்’ பச்சோந்தியின் ஐந்தாவது கவிதைத் தொகுப்பென்று நினைக்கிறேன். அவருடைய முதல் தொகுப்பு, ‘வேர் முளைத்த உலக்கை’க்கும், ‘அம்பட்டன் கலயம்’ தொகுப்புக்கும் முன்னுரை எழுதியிருக்கிறேன். கடந்த ஏழு எட்டு ஆண்டுகளில் கவிஞர் பச்சோந்தி வலுவான பல அடிகளைத் தமிழ்க் கவிதையுலகில் தடங்களாய்ப் பதித்திருக்கிறார். உள்ளிருந்து ஒலிக்கும் குரல் அவருடையது என்பதால், சமூகப் பிரச்சனைகளைப் பேசும் சர்ச்சைக்குரிய கவிதைகளாய்ப் பலவற்றை அவர் எழுதிப் பார்த்திருக்கிறார். வெறும் அனுபவம் சார்ந்த வெளிப்பாடுகள், அழகியலின் நுட்பங்கள், அரசியல் குரல்கள், சொந்த வாழ்வின் சோகங்கள், தத்துவச் சாயல்கள் எனப் பல முகங்களுடையது நவீனத் தமிழ்க் கவிதை. இதில் அமுக்கப்பட்ட மனிதர்களின் கருத்தியல் குரலாய் வெளிப்படுவதைத் தம் கவிதைகளின் அடிநாதமாய் பச்சோந்தி பேணிவந்துள்ளார்.

இத்தொகுப்பில், உரைநடையையே கவிதையாக வளைக்கும் முயற்சியில் பச்சோந்தி இறங்கியிருப்பதாகத் தோன்றுகிறது. க.நா.சு செய்து பார்த்த ஒரு பரிசோதனை முயற்சிதான் இது. சொற்களுக்காகத் தவங்கிடந்து கொண்டிருக்காமல், மனதில் தோன்றுவதைக் கூடுமானவரையில் சாதாரணமான சொற்களிலேயே எழுதிப் பார்க்கும் தம் முயற்சியில் பெருமளவுக்குப் பச்சோந்தி வெற்றி பெற்றிருப்பதாகவே அவதானிக்க முடிகிறது. பார்ப்பதை, கேட்பதை, நினைப்பதை, உணர்வதை அந்தந்தத் தருணங்களிலேயே பதிவு செய்துவிட ஒரு கவி மனம் அவாவும்போது, அன்றாட நடைமுறை சார்ந்த பேச்சுமொழியாகக் கவிமொழி பரிணமிப்பதில் வியப்பில்லைதானே.

ஒரே ஓர் உதாரணம் மட்டும் காட்டலாம். 'மண்டையோட்டை முகக் கவசமாக்கியவனைக் கோயம்பேட்டில் கண்டேன். ஓட்டின் தலைப்பகுதியில் வெட்டுத் தழும்பு. தண்டவாளத்தின் அடியில் கிடைத்ததாம். ஒன்றை எடுக்கும் கணத்தில் ஊற்றாய் மண்டையோடுகள் பெருகப் பெருக, மிரண்டு ஓடிவந்துவிட்டானாம். ஓர் தாய் தண்டவாளத்தில் குப்புறக்கிடந்த அரும்பு மீசையின் பாதத்தைக் கன்னத்தில் அழுத்தி அழுகிறாள். சிதறிய ரத்தத்துளிகளில் எண்ணற்ற ரயில்கள் தடதடத்தன' என்றெழுதுகிறார். புனைகதையில் வருவது போன்றே, கவிதையிலும்கூடத் தயக்கமின்றி இவ்வரிகள் இடம்பெறுகின்றன. கவித்துவம் என்பதைச் சொற்களிலும் மொழியிலும் மட்டுமே காண்பது பழைய வாசிப்பு முறை. கவித்துவத்தைக் கவிஞரின் பார்வையிலும் ஒத்துணர்விலும் காண்பதுதான் நவீன வாசிப்பு. இதற்கு அணிசெய்திருக்கிறார் பச்சோந்தி.

சென்னைப் பெருநகரின் சாலைகளிலும் தெருக்களிலும் ரயில்வே ஸ்டேஷன்களிலும் பேருந்து நிறுத்தங்களிலும் நடைபெறும் பல்வேறு விசித்திரக் காட்சிகளைப் பச்சோந்தியின் கண்கள் விடாமல் படம்பிடித்துக்கொண்டேயிருக்கின்றன. ஓர் அநாதரவான மனோநிலையும் வெட்டவெளியின் உணர்வோட்டமும் இக்கவிதைகளில் அலையலையாய்ச் சிதறியபடியேயுள்ளன. மனித நாகரீகம் எவ்வளவு குரூரமானது, மனிதர்கள் எவ்வளவு கேவலமானவர்கள் என்பதையெல்லாம் தாண்டி, மனித இருப்பு எவ்வளவு அவலமானது என்ற புள்ளியில்தான் குவிந்திருக்கிறது கவிஞரின் மனம்.

'விளக்குகள் எரியா சிக்னலில், கேள்விக்குறியைக் கைத்தடியாக்கிய பெரியார் சிலை, பறவையின் காய்ந்த எச்சத்துடன், முற்றும் தூசி படிந்துள்ளது' எனக் காலத்தின் உறைவை நம்பிக்கை வறட்சியுடன் சித்திரித்தாலும், 'ஆரவாரத்துடன் மண்டையோடுகளில் பறையிசைக்கிறது, மூலக்கொத்தளம் சுடுகாட்டுக்குள் நுழையும் தங்கரதம்' எனச் சாவுக்குப் பின்னும் உருத்திரளும் எதிர்ப்புணர்வைப் பாடுவதிலும் பச்சோந்தி துடிப்புடன்தானிருக்கிறார்.

மெல்லத் தன் தோலை உரித்துப் பறையடித்தாடும் ராமனையும் சீதையையும் பச்சோந்தியின் கவிதைகளில்தாம் நீங்கள் பார்க்க முடியும். 'பிரியும் இரு தண்டவாளங்களுக்கு நடுவே பாழடைந்த மைதானத்தில் இளைப்பாறும் காற்பந்தைப் பன்றிகள் புதருக்குள் எத்திச் செல்கின்றன' என்கிறார். 'பாழடைந்த கட்டடத்தின் உடைந்த கண்ணாடியில் ஒளிர்கிறது

சூரியன்' என்கிறார். 'இது காலனியல்ல, நம் இனத்தின் கடைசிக் கால்கள்' என்கிறார். 'ஆலம் விழுதுகள் தூண்களாகிப் போன வீட்டினைப் பார்த்து' என்கிறார். இங்கே வாழ்வது என்பதை விடவும் கொடுமையானது வேறில்லை என்ற மனநிலைக்கு அருகில் சென்றுவிட்டார் பச்சோந்தி. பைத்தியம் பிடிக்காமல் இங்கு மனிதர்கள், சகஜபாவத்துடன் எப்படித்தான் வாழ்ந்துகொண்டிருக்கிறார்களோ! புத்தி பேதலித்த சொற்களையே கவிஞன் இங்குச் சிதறடித்துக்கொண்டிருக்கிறான். சொற்களெல்லாம் வலிமையிழக்கும் ஒரு காலத்தில் கவிஞன் ஏதிலியாகிறான். இன்னுமின்னும் எத்தனை காலத்துக்குக் கவிதை மட்டுமே எழுதுவது என்று அவனைத் துரத்தித் துரத்தி விடாமல் கேட்டுப் பிளிறுகிறது அவன் மூளை. வாழாமையே வாழ்வாகும் கொடுமைக்குக் கவிதையே சாட்சியாய்ப் பச்சோந்தி எதிர்நீச்சலிடுகிறார்.

சென்னை - வடசென்னை, தென்சென்னை, மத்திய சென்னை என்று மூன்றாகப் பிரிந்து கிடக்கிறது. இத்தொகுப்பில் சென்னையின் உழைக்கும் மக்கள் பற்றிய பதிவை - அவர்களின் எல்லாமும் பிடுங்கப்பட்டு வெறும் மனித இயந்திரங்களாக அவர்கள் சுருக்கப்பட்டுச் சுரண்டப்படுவதன் அவலத்தைச் சித்திரித்திருக்கிறார். இந்த நகரின் பூர்வீகக் குடிமக்கள் - எப்படி அதிகாரக் குறுக்கீடுகளாலும் லாபம் மட்டுமே ஒரே குறியாகக்கொண்ட பெருவணிகத்தாலும் நுகர்வுக் கலாச்சாரத்தாலும் உள்ளீடற்ற வார்த்தைப் பந்தல்களாலும் துண்டாடப்பட்டுச் சிதைக்கப்பட்டிருக்கிறார்கள் என்ற வரலாற்றை ஒரு கவிஞனின் சமூகப் பிரக்ஞையோடு பதிவுசெய்திருக்கிறார். தர்மமிகு சென்னையாக வள்ளலாரால் பாராட்டப்பட்ட அதே மாநகரம், இப்போது அதன் அப்பாவி மக்களை வெளித்தள்ளுவதில் எப்படி முன்நிற்கிறது என்ற வஞ்சனையின் வலைப்பின்னலை அம்பலப்படுத்துவதில், ஒரு நவீனப் பட்டினப்பாலையையே பாடிவிடுகிறார் பச்சோந்தி என்று சொல்லலாம். ஆம். நிலம் என்பதும் வீடு என்பதும் வாழ்வின் இருப்பை நிச்சயப்படுத்துவதற்குப் பதிலாகப் போராட்டச் சிதிலங்களாக மேன்மேலும் மக்களை நிலைகுலையச் செய்யும் பட்டினப்பாலைதான் பச்சோந்தியின் சென்னை.

நவீனக் கவிதையில் பச்சோந்தியின் இடம் எது? மக்கள்சார்புக் கருத்தியலைப் பேசுவதையே கடமையாக ஏற்றுச் செயல்படும் பச்சோந்தி, நமது பண்பாட்டு மரபுகளுக்குப் பின்னாலுள்ள மேலாதிக்கத்தையும் அன்றாட வாழ்வில் புரையோடிப் போயுள்ள அமனித உணர்வுத் திரிபுகளையும் வெளிக்கொண்டு வரும் அழுத்தக் குழுவின் வேலையைத் தனியாளாய்ச் செய்கிறார். மக்களே போல்வராய்க் கயவர் உலவும்

நிலப்பரப்புகளில் கவிஞன், மலர்வண்டியா ஓட்டிக்கொண்டிருக்க முடியும்! உள்ளத்திற்குள் இடையறாது ஒழுகும் குருதியைச் சிந்தையில் உணர்ந்தபடி, நடைப்பிணங்களுக்கிடையில் ஊர்ந்து ஊர்ந்து மூச்சையாவது இழுத்திழுத்து விடவேண்டியதுதான்! மண்ணின் அந்த முதல் நாளுக்குப் போக முடியாதபோதும் இந்த நாளைச் சகித்திருப்பது எப்படியென்ற கேள்வியில்தான் ஒட்டிக்கொண்டிருக்கிறது கவிஞனின் உயிர். 'நாளை நமதே' என்ற குரலைக் கவிதையிலாவது அவன் எழுப்பித்தான் தீர வேண்டியிருக்கிறது. அவனுடைய கவிதைகளைக்கூடப் படிக்காத அவனுடைய மக்களுக்காகவும் பொதுவெளியில் வந்து அவன் சற்றே கூக்குரலிடத்தான் வேண்டியிருக்கிறது. இக்கூக்குரலைச் சலிப்பின்றித் தொடர்ந்து எழுப்புவதில்தான் பச்சோந்தியின் இடமிருக்கிறது. அவ் வகையில் பேச்சிழந்தவர்களின் பேச்சுக் குரலே பச்சோந்தி!

கல்யாணராமன்
26.11.2022

பொருளடக்கம்

முன்னுரை 9

நடனமற்ற ஆகாயம் 17
இரைப்பையைப் பகிர்ந்தூட்டுதல் 19
பத்ரியன் மலர்ச் சந்தை 20
எலும்புச் சுள்ளிகள் 21
உடைந்த கண்ணாடியில் சூர்யோதயம் 23
உப்பலையில் கரையும் மாநகரம் 24
கிழக்கில் ஆடும் வால் 25
நின் அப்பம் சிறகுகளாலானது 27
காற்றில் விளையும் நறுமணம் 28
விதைப்பையைச் சூரியனில் காயவைப்பவன் 29
மண்டையோடுகளின் பறையிசை 31
தண்டவாளத்தைச் சள்ளிடும் மிருகம் 32
ஒயினென்ற வார்த்தையைக் குடித்தல் 34
சுடர்களின் நடுவே 35
துள்ளி வரும் ஏமாந்த நா 36
நட்சத்திரங்களைக் கோத்தல் 38

இங்கு கடவுளின் காதுகள் பிடுங்கப்படும்	40
நடைமேடை 5	41
முதுகெலும்பில் தேசத்தின் ஆறு தூண்கள்	42
பானி	44
ரத்தத் தீவு	45
சுடுகாட்டுக் கறுஞ்சிவப்புக்கொடி	47
மண்டையோட்டின் முகக் கவசங்கள்	48
இரு திசைகளிலும் நகரும் இரயில் பெட்டிகள்	50
புகையாய்ப் பறக்கும் நரைகள்	51
பறையாடும் ராம ஜோடி	53
மாறுவேடம்	54
எரியும் நகரம்	56
எலும்புக் குவளை	58
மாமிச மஸ்தகம்	60

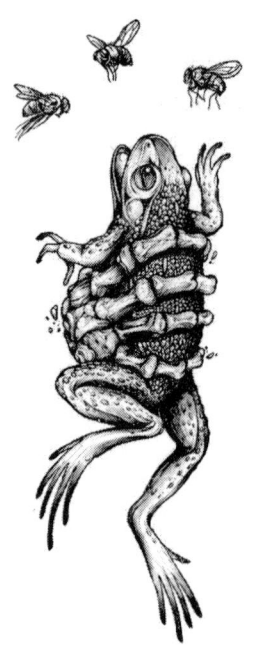

நடனமற்ற ஆகாயம்

கோவிந்தப்ப நாயக்கர் தெருவில் நடந்துகொண்டிருந்தேன்.
வீட்டின் எஞ்சிய சுவர் வேர்களால் வேயப்பட்டிருந்தது.
அதன் மீது சாய்ந்திருக்கும் முனையுடைந்த மூங்கில் ஏணி.
வெட்டுத் தழும்புகளுடன் அக்கினி வெய்யிலில்
எரியும் அரச மரத்தின் பாதி உடைந்த கிளை
அந்நெருப்பில் சுருட்டைப் பற்றவைக்கிறான்
வாயற்ற வயோதிகன்.
சுருள் சுருளாய் மேகங்கள் சஞ்சரிக்கையில்தான்
தொண்டையில் மடித்துவைத்திருந்த உதடுகள் எட்டிப்பார்த்தன.
பழக்கூடையில் ஊன்றிய குடை காற்றில் சாயாதபடி
கண்ணாடி வளையல்கள் இறுக்கிப் பிடிக்க
அதன் ஓசையோ ஈக்களை விரட்டுகிறது.
ஆகாயத்தைத் தரையிறக்கும் நடனமற்ற பழுத்த இலை
நடைமேடையில் தூங்கி வழிகிறது
ரத்தக்கறைப் படிந்த லுங்கி.
சிலையாய் நிற்கும் ஜார்ஜ் மன்னன்
சுட்டாலும் பாதத்தை மட்டும் நகர்த்தாமல்
மண்டையைக் கழட்டிக் கிரீடத்தைச் சொறிகிறான்.

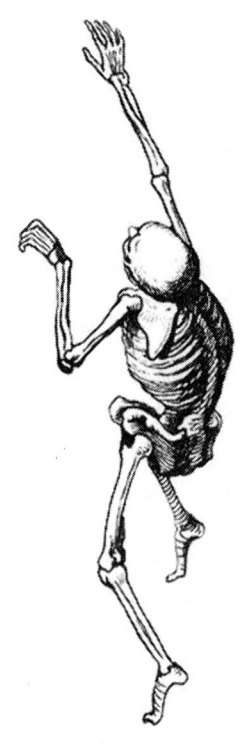

இரைப்பையைப் பகிர்ந்தூட்டுதல்

சுற்றும் ராட்டினக் குடையின் கீழ்
நடைமேடையைத் தின்னும் சிறுவன்
வெற்றுப் போத்தலைக் கவ்வியபடி
வான் நோக்கி நடனமிடுகிறான்
கிழிந்த பதாகைக் கம்பிகளுக்கிடையே
சிறகடிக்கும் பறவை
தன்னை விரித்தாடும்
மயிற்தோகைகளைச் சுமந்தவன்
மிக்ஸியில் அரைபடும் மாதுளங் கனிக்கு
உடைபடுகிறது ஐஸ்கட்டி
நிரம்பி வழியும் குப்பைத்தொட்டியை
வாகன நிழலில் பதுங்கி
இழுத்துச் செல்லும் பூனை
பாலித்தீனை மேய்ந்த மிருகத்தின் முதுகுத்தண்டில்
மாதுளம் மழை பெய்ய
உடலைச் சிலுப்பியோடி
தூசி படிந்த படியை நக்குகிறது
அதன் மீது
இரைப்பையைப் பகிர்ந்த வயோதிகன்
நேர்கோட்டு வானத்தின் அடியில்
அறுந்த கால்களைத் தைத்துக்கொண்டிருக்கிறான்.

பத்ரியன் மலர்ச் சந்தை

பாரிமுனைச் சந்தையை உரசி சிகரெட்டைப் பற்றவைத்தேன்.
குவிந்து கிடக்கும் கடவுள்களின் மீது
படரும் ஊதுவத்திச் சாம்பல்
மூங்கில் கூடையில் தாழம்பூக்களை அடுக்குபவனிடம்
வாசத்தை நுகரக் கேட்டேன்.
தென்னங்குருத்து இலையால் நாசியை அடித்து விரட்டினான்.
சற்றும் அசையாது வண்டாய் ரீங்கரித்தேன்.
நடுக்கமுற்ற அவன் தாய்
பூவைப் பிய்த்து என் திசை பார்த்து எறிந்தாள்.
கண்களால் கவ்விச்சென்று
மேற்கூரை இடிந்த வீட்டின் திண்ணையில் அமர்ந்து
முகர்ந்தபடியே இருந்தேன்.
நாசியின் விளிம்பில் ஒட்டிய சாமைத் துகள்களை
கிள்ளி எடுக்கப் பார்த்த போது
யாரோ முதுகைத் தட்ட ஓசையைத் தேடினேன்
நின்றிருந்தது, ஆலம் விழுதுகளால் நெய்யப்பட்ட சுவர்
ஜன்னலில் எட்டிப் பார்த்தேன்
நிழலில் காயவைத்த தாழம்பூவைப்
பொடிசெய்யும் பசியற்றவன்
வெந்நீரில் கொதித்த தாழம்பூவில்
பனைவெல்லத்தைக் கரைக்கும் தேகச் சூடு உள்ளவன்
நெய்யில் தாழம் பூ இலையை வதக்கும் நீர்க்கடுப்பு உள்ளவன்
கொதித்த நீரில் தாழம்பூ இலையிட்டுத்
தொண்டையால் நீச்சலடிக்கும் தோல் நோயாளி
எண்ணற்ற நிழல்கள், மேற்கூரை இடிந்த சுவருக்குள்
மீண்டும் பற்றவைத்தேன் மலர்ச் சந்தையை.

எலும்புச் சுள்ளிகள்

உடைந்த கட்டடத்திலிருந்து
எலும்புச் சுள்ளியைக் கவ்விச் சென்ற பறவை
உச்சந்தலையில் எச்சமிட்டது
அன்று அந்நகரின் முதல் செடி துளிர்த்தது
இப்படித்தான் மனிதத் தலையில் மரம் முளைத்தது மகனே
வேர்களின் எடையைத் தாங்க இயலா மானுடம்
தலையை அரிந்து வானில் எறிந்தது
இருப்பதிலேயே பெரிய பழம்
இரவைப் பழுக்கவைத்த நிலாதான் மகனே
எறியப்பட்ட அத்தனை தலைகளும்
சேர்ந்தெரியும் மகாக்கனியல்லவா
மகனே! அதைச் சற்றும் புசிக்க விரும்பாதே
முண்டத்திற்கு வயிறு மட்டும் எதற்கென்று
இரைப்பையையும் பிய்த்துவிட்டோம்
அழுகிய காலை தலைக்கு வைத்து உறங்கும்
ஒரு ஜோடி காலணியில்
எத்தனை பாதைகள் தேய்ந்தனவோ
அதிர்ச்சியுறாதே மகனே
இது காலணியல்ல நம் இனத்தின் கடைசிக் கால்கள்.

உடைந்த கண்ணாடியில் சூர்யோதயம்

தன்னை விரித்து உறங்கும் சிறுவனை
இறுக்கிப் போர்த்தியிருக்கிறது பாய்
இன்னும் திறக்கப்படாத பிரியாணிக் கடையின் முன்
மியாவ் மியாவ் சத்தம்
அச்சத்தத்தின் மீது ரொட்டியை வீசியும்
நின்றபாடில்லை
மின் சாதனப் பெட்டியின் பின்புறம்
சிறுநீர் வெப்புராளம்
தொப்புளைத் திறந்து
பணப் பையை உருவியவள்
ஆய்ந்தெறிந்த முருங்கைத் தண்டினால்
முதுகு சொரிகிறாள்
குறுந்தடியூன்றி
ஒட்டகம் போல் நடக்கும் மூதாட்டியின் முதுகில்
தண்ணீர்ப் போத்தல் சலசலக்கிறது.
குன்று வடிவக் கோதுமை மாவைப் பிசைகிறான்
வியர்வைத்துளிகள் விழுந்த பின் இலகுவானது.
எடைக்கல்லால் துலாக்கோலைச் சரிபார்த்தவன்
கிழிந்த அட்டைப் பெட்டியால்
தரையைக் கூட்டுகிறான்
இரும்பு முறம் ஆட
நெளிந்த ஈயச்சட்டியைச் சுமந்து செல்பவன்
கிழக்குத் திசையை நோக்கிப் புகையூத
பாழடைந்த கட்டடத்தின் உடைந்த கண்ணாடியில்
ஒளிர்கிறது சூரியன்.

உப்பலையில் கரையும் மாநகரம்

விளக்குமாற்றைக்
கக்கத்திலொன்றும் கையிலொன்றுமாய்ச் சுமந்து
தேங்கிய மழைநீரில் தலைகீழாய் நகர்பவள்
முகக் கவசத்தைக் கழற்றி எச்சில் பெய்கிறாள்
மழைநீரின் கொள்ளளவு உயர்கிறது
மினுங்கும் நாவற்பழங்களுக்குப்
பாடப் புத்தகங்களைக் கிழிப்பவள்
சடுதியில் கொலுசுமணிகளைத் திருகுகிறாள்
கடுகுநிறக் கணுக்கால் கழன்று கழன்று
மழைத்தாரைகளுடன் உருண்டோடுகின்றன
நைந்த கோணியில் குவிந்த
பலாக்கொட்டைகளின் மீது ரீங்கரிக்கின்றன ஈக்கள்
பெயர்ப் பலகையில் அமர்ந்த பறவை
ரீங்காரத்தில் எச்சமிடுகிறது
பூக்கடைப் பேருந்து நிழற்குடையின் கீழ்
கண்ணீர் மல்க அமர்ந்திருக்கிறாள் மூதாட்டி
அதில் மெல்ல கரைகிறது இம்மாநகரம்.

கிழக்கில் ஆடும் வால்

கடற்கரையை மேயும்
இரண்டு செங்குத்துக் கொம்புகள்
செல்போனில் முகம் புதைத்தபடி
துண்டைக் கட்டி உள்நுழையும் ஆடவர்கள்
தண்ணீர்ப் போத்தலை நட்டுவைத்துக் குத்துக்காலிட்டனர்
வெகுநேரமாய்ப் புல்வெளியைக் கழுவிக்கொண்டே
இருக்கிறான் ஒருவன்
மற்றொருவன் காலிப் போத்தலுடன் வெளியேறுகிறான்
அப்போது அடித்த பலத்த காற்றில்
கரையில் நழுவிய துண்டு அலைகளில் மிதந்தலைகிறது
ஏதுமறியா அவன்
நிர்வாண வீடியோவில் குதூகலிக்கிறான்
அமோகமாய் விளைந்திருக்கும்
பாலித்தீன்களை மேய்ந்த மாடு
கிழக்கு நோக்கி வாலை ஆட்டுகிறது.

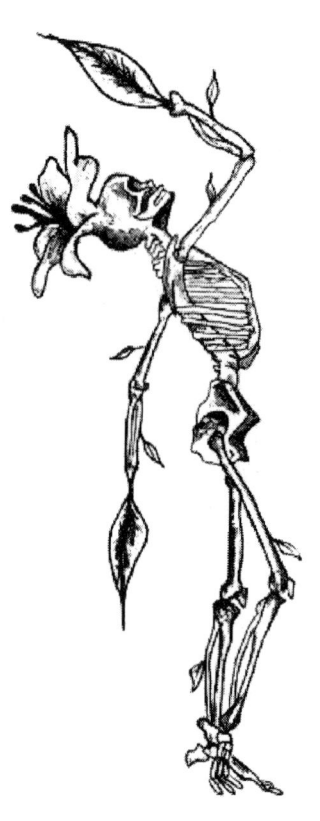

நின் அப்பம் சிறகுகளாலானது

தண்டீஸ்வரம் பிரதான சாலையின் நடுவே
நசுங்கிய மாங்கனியை மிதித்தவன்
சற்றுத் தொலைவில் பிதுங்கினான்
சேவல்கொண்டைகளாய் உதிர்ந்து கிடக்கும்
செங்கொன்றைப் பூக்கள்
ரத்தத் துளிகளாய்ச் சொட்ட
கூட்டிப் பெருக்கி வண்டியில் ஏற்றும் துப்புரவுத் தொழிலாளி
சிவக்கச் சிவக்க வெற்றிலையை வானில் இறைக்கிறார்
யாருமற்ற தேவாலய வாசலில்
வெகுநேரமாய் ஏந்தும் கைகளில் வழியும்
சிலுவையின் ரத்தம்
சிதறும் தேங்காயைக் கவ்விச் செல்லும்
முதுகெலும்பு காய்த்த விலங்கு
மட்கும் குப்பையைக் கொத்திப் பறக்கும் அலகுடைந்த பறவை
ரீங்கரித்தபடி பழங்களைத் துளையிடும் காலிழந்த வண்டு
வெகுநேரமாய் ஏந்திய கைகள்
காலியான தூக்குச் சட்டியை அந்தரத்தில் எறிய
ஆலய மணி ஒலிக்கும் வானில் புறாக்களின் சிறகுகள்.

காற்றில் விளையும் நறுமணம்

மேட்லி சாலையில் முடிவற்று நிற்கிறது
மாம்பல ரயில்நிலைய இரும்பு மேம்பாலம்
நெருப்புச் சில்லுகள் விழும் அதனடியில்
கரும்பைச் சீவி அடிக்கட்டையை வெட்டி எறிகிறான்
எறும்புகள் மொய்க்கும் இனிப்பென்ற வார்த்தையில்
ஒரு கட்டு அறுகம்புல்லைப்
பத்து ரூபாய்க்கு விற்பனை செய்பவள்
நாவற்பழச் சுவை மீது உப்பைத் தடவுகையில்
வெய்யிலில் காயும் பூணூல்
தோல் நீங்கிய சுளைகளில் கண்களைச் செருகுகிறது
வாகனங்களுக்கிடையே
ஊக்குகளை வயிற்றில் ஏந்தி விற்பவனிடம்
சந்தைக்கே நறுமணம் பூசியவள்
கொத்து ஊக்குகளைக்
கூடுதலாய் வாங்கிச் செல்கிறாள்
நெருக்கடி மிகுந்த அங்காடித் தெருவில்
வளைந்து நீண்டு ஒலிக்கிறது
மீன் வடிவப் பீப்பி
ஒருமுறை வானை இழுத்தும்
மறுமுறை பூமியைத் தூக்கியும்
விளக்குகள் எரியா சிக்னலில்
கேள்விக்குறியைக் கைத்தடியாக்கிய பெரியார் சிலை
பறவையின் காய்ந்த எச்சத்துடன்
முற்றும் தூசி படிந்துள்ளது.

விதைப்பையைச் சூரியனில் காயவைப்பவன்

எஞ்சிய கிளையில் தூளியாடும் சிறுமி
கால் நுனியால் பூமியை அள்ளிச் சுமந்து
முன்னும் பின்னுமாய்த் திசைகளை ஆட்டுகிறாள்
சிதறி விழாத கடுகளவு பூமிகள்
காலிடுக்கை இறுக்கிப் பிடித்திருக்கும்
தக்குதீன்கான் தெருமுனைச் சுவரோடு கால்பந்தாடும் சிறுவன்
துருப்பிடித்த மின் பெட்டிகளின் நடுவே சிறுநீர் பெய்கிறான்
'தனி வீடு 18 இலட்சம்' சுவரொட்டி கிழிகிறது
சுவரோடு ஆடி
ஆட்டோவின் அடியில் பதுங்கிய பந்தை
உதைத்துத் தள்ளியது மியாவ் சத்தம்
சுவரில் பொருத்தப்பட்ட அடிகுழாய்
விதைப்பையைச் சூரியனில் காயவைத்தபடி உறங்குபவன் மீது
புரண்டு படுக்கிறது நடைமேடை
பானை வயிற்றைத் தடவி
வாசலில் நடமாடும் பெண்
வெற்றிலை எச்சிலால் தெருவையே சிவக்க வைக்கிறாள்
தானிய மணிகளை மேயும் கால்நடை
மூர்க்கத்துடன் குப்பைத்தொட்டியைத் தலையில்
கவிழ்த்துக்கொள்கிறது
ஆலம் விழுதுகள் தூண்களாகிப் போன வீட்டைப் பார்த்துத்
தலைகுனிந்தபடி வெகுநேரமாய்க் காத்திருக்கிறது
திருவல்லிக்கேணி நெடுஞ்சாலை.

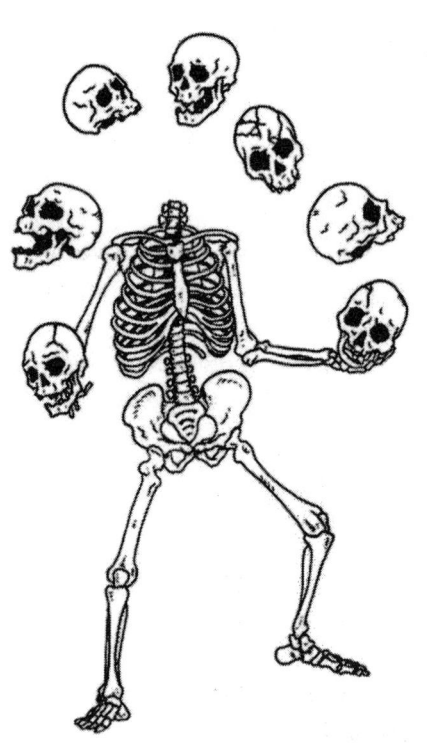

மண்டையோடுகளின் பறையிசை

சுடுகாட்டின் கிழக்கு மேற்காக நீளும்
முதுகெலும்பின் தண்டவாளங்களில் கபால ரயில்
எஞ்சிய புதைமேடுகளை மண்டியிட்டு மேய்ந்த வெள்ளாடுகள்
தேரை இழுத்துக் கடிக்கின்றன
சுடுகாட்டின் வடமேற்கைத் தரைமட்டமாக்கி
அளவைக் கல்லை நடும் அதிகாரி
மண்டையோடுகளைப் பொடியாக்குகிறான்
புதைமேட்டைக் கேரம் பலகையாக்கி
அடிப்பானால் காய்களைக் கலைக்கும் சிறுவன்
உடைந்த பெயர்ப்பலகையை
அணைத்துக் கதறியோடுகிறான்
இரும்பு வேலியைத் தடுப்பாக்கிக்
காற்பந்து விளையாடியவன்
அம்மாவின் புதைகுழியைத் தேடி
பூமியைக் குத்தி வானத்தை உதைக்கிறான்
காய்ந்த சுள்ளிகளைப் பொறுக்குபவன்
குழந்தையின் புதைமேடு தேடி
பால் கனக்கும் முலைகளை அறுத்தெறிகிறாள்
புதைகுழியை எட்டிப் பார்க்கிறேன்
தூண்டிலிடும் வாலிபன்
தண்ணீரின் எடையைத் தூக்க முக்கி முனகுகிறான்
கிழக்கை அலறவிட்டபடி
குப்பையைக் கிளரும் வெண்பன்றிகளை
விரட்டும் வயோதிகன்
லுங்கியைத் தூக்கியபடி புதரில் மறைந்தான்
சாராயப் போத்தலைப் புதைமேட்டில் வைத்து
எரிந்துதிரும் ஊதுவத்தியைப் பார்த்தபடி
கண்ணீர் சொரியும் தாயுடன்
தலைகுனிந்து நிற்கிறான் மகன்
ஆரவாரத்துடன் மண்டையோடுகளில் பறையிசைக்கிறது
மூலக்கொத்தளம் சுடுகாட்டுக்குள் நுழையும் தங்கரதம்.

தண்டவாளத்தைச் சள்ளிடும் மிருகம்

முன்னிரவை இழுத்துச் செல்ல ஆயத்தமாகும் ரப்தி சாகர் ரயில்
சென்ட்ரல் நிலையத்தில்
முன்பதிவற்ற பெட்டியை
அகவடியால் தூய்மைப்படுத்தும் போதுதான்
இருக்கைகளைப் பிடிக்கும் சமரைக் கண்டேன்
வேர்க்கடலை ஓடு, பிய்த்து எறிந்த ரொட்டி, தேநீர்க் குவளை,
பான் மசாலா, குட்கா ஹன்ஸ் பொட்டலப் பைகளோடு
எண்ணெய் வடியும் அயர்ச்சியான வடநாட்டு முகங்கள்
சுருங்கிய தோலுக்காய் ஒரேயோர் இருக்கை கேட்டு
அகதேசியாய்க் கையேந்துகிறான் சிறுவன்
பிளந்த ஆடிக்கரு இருக்கையை நனைக்கையில்
தண்டவாளத்தைக் கவ்வி விரைகிறது
வெகுநேரமாய்ச் சள்ளிட்ட மிருகம்.

லக்கேஜ் வைக்குமிடத்தில் முழு உடலைப் பொருத்தித்
தோல்வியுற்றவன்
குப்பை மீதே தன்னை விரித்துக்கொண்டான்
பெருகும் நாற்றத்திற்கு மூக்குகளைக் கழற்றிக் கைக்குட்டையில்
ஒளித்துவைத்தபடி
ஒடிந்த சன்னி நரம்புகளின் நகங்களோடு
குப்பைத் துகளைச் சுமந்தபடி ஊஞ்சலாம்
அவன் பாதங்கள்
காலியிடத்தில் துண்டை விரிப்பதற்குள்
கழிவு நீரைச் சொட்டிச் செல்லும் ஒரு ஜோடி காலணிகள்
அதன் ஓசையை வெறிக்கையில்
லக்கேஜ் கம்பிகளுக்கிடையே ஆடும் சாம்பல் நிறத் தொட்டில்
நிகழ்காலத்தைக் கடந்த காலத்திற்குள் அழைக்கிறது.

செல்போன் வெளிச்சத்தில் காலணிகளைத் தேடியெடுத்தவன்
தாழ்ப்பாலற்ற கழிவறையை நோக்கினான்
ஒரு கையால் இடுப்பையும்
மறு கையால் குண்டியையும்
தாங்கியபடி நிற்கும் வரிசை
குட்டி ரயிலைப் போல் நீ...ண்....டு செல்கிறது
நீல நிறக் குப்பியைத் தட்டி
கைரேகை தேய கசங்குகிறது கஞ்சா.

கழுத்தொடிய உறங்கி விழும் மலையாளி
அவ்வப்போது விழித்து
மனைவியின் இருப்பைப் பரிசோதித்துக்கொள்கிறான்
கஞ்சாவின் நறுமணத்தில் தள்ளாடுகிறது இரயில் பெட்டி
இரவு தன் உடையை அவிழ்க்கும் திருப்பூர் சந்திப்பில்
இளைப்பாறும் இரயில் திசையை முடுக்குகிறது
வட நாட்டு வாலிபர்கள் அமர்ந்த இருக்கைகளை
உள்ளூர்ச் செய்தியில் வெகுநேரமாய்த் தேய்த்துப் பார்க்கிறான்
கஞ்சா வாசம் குறைந்தபாடில்லை
ரயிலே தேய்ந்துவிடுமளவுக்கு மீண்டும் தேய்த்தான்
விடிந்த பொழுதில்
அருகே அமர்ந்த யுவனைக் கண்டு
முகக் கவசத்திற்குள் புன்னகைத்தாள்
யுவனுக்கும் புன்னகைக்கும் நடுவே
காலைச் செருகினான் அவள் கணவன்
கோவைச் சந்திப்பு மென்சாரலில் நனைந்தது ரப்தி சாகர்
வழுக்கும் நடைபாதையில் இறங்கி நடந்த போது
ஜன்னலில் புன்னகைத்தது வட நாட்டுச் சுருங்கிய முகம்
கையசைத்துப் புன்னகைத்தேன்
கணத்தில் திசை கண்டு நடுக்கமுறுகிறான் மலையாளி
மழையில் நீராடிய இ'ரயில் புழு
மேற்குத் திசையை வளைத்துச் சுருட்டிச் செல்கிறது
எங்கு தொடங்கி எங்கு முடியுமோ அதிரும் தண்டவாளம்.

ஒயினென்ற வார்த்தையைக் குடித்தல்

ஜன்னல் கம்பிகளால் கிழிந்த நிலவொளியில்
பனுவலை வாசித்தேன்
வாக்கியங்களுக்கிடையே
ஒயின் என்ற வார்த்தை தென்பட்டது
பக்கங்கள் மங்கலாகின
தேனில் சிற்றெறும்பாய் அச்சொல்லில் இருந்து
எகிற எத்தனித்தேன்
மூழ்கத்தான் முடிந்தது
எல்லாம் உறுதியான பின்
முழுவதுமாய் ஒப்புக்கொடுக்க
வெற்றுப் போத்தல்களை உருட்டினேன்
உரசுமொலிகளில்
அக்கம்பக்கத்து மஞ்சளொளி எரிந்தணைந்தது
எஞ்சிய ஒயினைக் கைகளால் அள்ளமுடியாது
உறிஞ்ச முற்பட்டேன்
உறிஞ்சலில் சில்லுகள் செக்கச் சிவந்தன
வகிர்ந்த மாமிசத்தை பெப்பர் தூவி வறுத்தேன்
அதிகாலையில் எழுந்த மகள்
வீடெல்லாம் குங்குமத்தைச் சிந்தியது யாரென்று வினவுகிறாள்.

சுடர்களின் நடுவே

தொலைந்த செம்மறி ஆட்டை
யேசு தன் வெண்தாடிக்குள் தேடுகையில்
மெழுகுவத்திச் சுடர்களின் நடுவே
ஜெபமாலையைக் கவ்விப் பறக்கிறது வெண்புறா
நீண்டு வளர்ந்த தாடி
ஆலஞ்சடையாய்ப் பூமியெங்கும் வேர்விட
கிழிந்த செருப்பைத் தைத்தல்
பலாச்சுளைகளைக் கூறு போடுதல்
பூண்டுகளைப் பாலித்தீனில் இறுக்கி முடிதல்
மண்ணொட்டிய வேர்க்கடலைகளைப் படியளத்தல்
அத்தனையும் அதன் நிழலில் சம்பவிக்கத்
தாடியிலிருந்து தன்னைப் பிடுங்கியவர்
உலகின் ஒவ்வொரு மனிதரிடமும் சென்று
செம்மறியை விசாரிக்கையில்
கோடை முடிவுற்றது
நடுங்கும் பற்களுடன் தெருவிளக்கொளியில்
ஒருக்களித்துப் படுத்திருந்தார் யேசு
நடுக்கத்தின் மீது
கம்பளியைப் போர்த்தினான் ஒரு வழிப்போக்கன்
யேசுவின் உடல்
இடைவிடாது கூக்குரலிடுகிறது.

துள்ளி வரும் ஏமாந்த நா

திருவான்மியூர் தீவுப் பூங்காவின் இரும்புக் கதவு
துருப்பிடித்திருக்கிறது
எஞ்சிய பகுதிகளையும் இளைக்கும் மாட்டின் கயிறு
கேபிள் வயரில் பயணிக்கிறது அணில்
தீவு மூழ்கும்படி பூத்திருக்கும் காகிதப் பூக்கள்
அதன் முள்ளில் ஆடுகிறது சிட்டுக்குருவி
வேர்களில் இரை தேடும் எலி
வாகனச் சத்தத்தில் ஒளிகிறது.

சிறுநீர் நாற்றத்தில் நொங்கு விற்கிறான்
தண்ணீர்ப் போத்தலில் முகங்கழுவிய அவன் மனைவி
கிழக்கை வணங்குகிறாள்
தலைகோதும் மற்றொரு பெண்
வாகன உதிரிப் பாகக் குவியல் மீது
மூக்கை எறிந்தாள்
பின்பு
மாட்டு மூத்திரத்தில் கோணியை விரித்துத்
தேங்காய்களை அடுக்குகிறாள்
தார்ச்சாலையை மறைத்திருக்கும்
மாட்டுச் சாணத்தில் வாகனத் தடங்கள்
ஒலிக்காமல் கிடக்கும் கழுத்து மணியை
உற்று நோக்கித்
தெருவிளக்கில் அமர்ந்திருக்கிறது பறவை.

சாலையோரத்தை அசைபோடும் மாட்டை
இடைவிடாது எழுப்புகிறது ஹாரன் சத்தம்
பூமி நடுங்க எழுந்து நகருகையில்
மூங்கில் கழி முதுகெலும்பை நொறுக்கியது
கதறலுடன் சந்தைக்குள் நுழைந்த மாடு
குட்டியானையில் பொறிக்கப்பட்ட
தேசியக் கொடியின் பச்சையத்தைத் துழாவியது
குப்பை லாரியில் மீந்த காய்கறிகளை எட்டி எட்டிப் பார்த்து
துள்ளி வந்தது ஏமாந்த நாக்கு.

நட்சத்திரங்களைக் கோத்தல்

இந்த உலகின் சுவர் இரும்பாலானது
உடைந்த அதன் பெருந்துளையில் நுழைந்துதான்
ஓர் மிருகம்
தன் இன்னோர் உலகத்தைக் கண்டடைகிறது
வெளியேற்றத்திற்கு முன்
எத்தனை கோடி முறை
சுவர்களையே சுற்றிச் சுற்றி வந்தது தெரியுமா
அந்நினைவுகளை அசைபோட நினைக்கையில்
இப்பிரபஞ்சம் மங்கலாகிவிடுகிறது.

💀

நடைமேடையைவிடச் சற்று உயரமாக வளர்ந்தவள்
பிவிசி குழாயில் கட்டிய நைந்த குடையின் கீழ்
நட்சத்திரங்களைக் கோக்கிறாள்
பின்னலை முடிய காத்திருப்போரின் எண்ணிக்கை
தண்டவாளம் போல் நீண்டு செல்கிறது.

💀

செங்கல் நிற சென்ட்ரல் ரயில் நிலையமருகே
வெறுந்தரையில் படுத்துருளும் சிறுமி
மயிற்பீலியைச் சுவைக்கிறாள்
குண்டியால் பூமியைத் தேய்த்தபடி
தாயின் திசையைத் துரத்தியவள்
காயத்தில் மண்ணள்ளிப் பூசுகிறாள்
நறுக்கிய வெள்ளரிகளில்
குறுங்குச்சியைச் செருகியவள்
நிற்காதழும் குழந்தையை அள்ளி
தன்னிரு முலைகளையும் சேர்த்தூட்டுகிறாள்.

☠

No Parking
வெட்டி வேர்களை சீசாவுக்குள் அடைத்து வைக்கிறாள்
விற்ற ரூபாயை
நரை மார்பில் ஒளித்த கணவன்
இரு சீப்பின் விலையை
அவள் மடியில் எறிகிறான்
கழுகு வட்டமிடும் பிரமாண்ட தேசியக் கொடி
மேற்கின் காற்றில் தேசத்தை அசைக்கிறது.

இங்கு கடவுளின் காதுகள் பிடுங்கப்படும்

இராணுவ முகாம் பாடி கார்டு முனீஸ்வரர்
சாலைக்கு இழுத்து வரப்பட்டார்.
தற்போது அவர் பல்லவன் சாலை அரச மரநிழலில்.
இடைவிடாத வாகன இரைச்சல்
ஈஸ்வரனின் காதுகளைப் பிடுங்கிச் செல்கிறது.

☠

கிழக்கு பார்த்த வாகனங்கள்
சந்தனம் குங்குமிட்டுச் சாமந்தியைச் சூடின.
அந்தச் சாமந்தியில் சிறிது பறித்து உள்ளங்கையில் திணிக்கிறான்
பூசாரி
இறுதியில் வாகன உரிமையாளரிடம் உள்ளங்கையை ஏந்தி
உதடு பிதுக்கித் தலை கவிழ்கிறான்.

☠

எலுமிச்சையைச் சக்கரங்களாக்கும் முனீஸ்வரன்
சுருட்டைப் பற்றவைத்துக் குதிரையேறிச் செல்கிறான்
காதிடுக்கில் செருகிய சாராயப் போத்தல் சலசலக்கிறது.

☠

கம்பி வளையத்திற்குள்
விபூதியைத் துழாவும் விரல்கள்
அதன் மென்மையில் காணாமல் போகின்றன
அடைக்கப்பட்ட சேவல் வாழையிலையைக் கொத்தி
இழுக்கிறது.

நடைமேடை 5

யாருமற்ற சுரங்கப் பாதையில்
கையேந்தியபடி அமர்ந்திருப்பவன்
கால்களைக் கழட்டி முதுகில் மடித்து வைத்திருக்கிறான்
வளையலோசையில் புரள்கிறது நடைமேடை
வானை உரசி வாயைப் பற்றவைத்து
உதிரிப் பூக்களைப் பொறுக்கித் தின்பவன் மீது பெய்கிறது
தூரத்து வாகன வெளிச்சம்
விண்மீனற்ற கருநீல வானின் அடியில்
உடைந்த பொம்மைகளாய்ச் சிதறுண்ட மானிடம்
சிசிடிவி கேமராவின் கீழ் அழுகிறாள்
வெகு நேரமாய்...
தாம்பரம் இரயில் நிலைய ஒலிப்பெருக்கியில்
'சென்னை எக்மோர் வரை செல்லும் நெல்லை எக்ஸ்பிரஸ்
இன்னும் சற்று நேரத்தில்
நடைமேடை 5 ஐ வந்தடையும்.'

முதுகெலும்பில் தேசத்தின் ஆறு தூண்கள்

தூண் I

சேற்றில் தலையூன்றி
இமை மயிரை நாற்றென நட்டுக்கொண்டிருந்தாள்
முகத்தையே லாடமடித்து
கண்களை நடு என்றார்
குருதிச் சேற்றில் விழுந்தது பிரதமரின் கழுத்து
அவசரகதியில்
நாற்றோடு நாற்றாய் நட்டுவைத்துவிட்டாள்
பின், களையோடு களையாகப் பிடுங்கி எறிந்தாள்.

தூண் II

பொங்கலன்று
களிமண்ணில் செங்கல்லைக் கலந்து
மாட்டுக்கு ஊட்டும் போது
மிளகாய்த் தூளைக் கலக்கச் சொல்கிறார்
பின்
கரும்பென நினைத்து
மாட்டுக் கொம்பை ஒடித்து விட்டார்
இடுப்புக்குக் கீழ் மாட்டின் கால்தடங்கள்
இப்போதவர் அழுத்திப் பிடித்துக் கதறுகிறார்.

தூண் III

மரம் நடு விழாவில்
சருகுகளை நட்டுவைத்தபடி போஸ் கொடுக்கிறார்
உதவியாளர் பிரதமரின் காதில் கிசுகிசுக்க
மண்வெட்டியை நட்டுவைத்தார்
ஒன்றன் மீது ஒன்றாக உடைந்து நொறுங்குகின்றன
கேமராக்கள்.

🕱

தூண் IV

கடலிலிருந்து உருவிய வலையை உலர்த்திக்கொண்டிருந்தனர்
படகை உருவச் சொல்கிறார்
மேலும் படகுக்குள் கடலைச் செலுத்தி
விண்மீன்களைக் கேட்டு வெகுநேரமாய் நிற்கிறார்
உள்வாங்கிய கடல்
மீண்டும் கரை திரும்பவேயில்லை.

தூண் V

வசவெண்ணெய் வாசம் வீசும் களரியாட்டத்தில்
மான்கொம்புகள் திசைகளைச் சுழற்றுகின்றன
பச்சைக்கம்பளத்தில் மண்டியிட்ட பிரதமர்
கண்களை மூடி
மூச்சை உள்ளிழுத்து வெளியே விடுகிறார்
வெளிவிட்டு உள்ளிழுக்கிறார்
வீரர்கள் கைதட்டி மெழுகுவத்தியை ஏற்றுகிறார்கள்.

தூண் VI

மிட்டாய்களை இறைக்கிறது தேசியக் கொடி
அவை அந்தரத்திலேயே மிதக்கின்றன
கண்ணையுருட்டி மீசையை முறுக்குகிறார் பிரதமர்
திருகலில் ஒரு பக்க மீசை தரையில் விழுந்தது
மீசையைத் தேட குனிந்த தேசம்
இன்னும் நிமிரவேயில்லை.
தாடியை முகக் கவசமாக்கிய பிரதமர் மேம்பாலத்தைத்
திறந்துவைக்கிறார்.
தேசத்தின் முதுகெலும்புகள் தூண்களாகப்
பொருத்தப்பட்டிருந்தன...

பானி

கத்திரி வெயில் நெருப்பாய் எரியும் நகரத்தில், வறண்ட நாக்குடன் அலைகிறான் அப்துல் சலாம். நகரமே பூட்டிக் கிடக்கிறது. எங்கும் துளி ஈரமில்லை. உயிர்போகும் தாகத்தோடு கடற்கரைக்குச் சென்றான். அங்கே கடலும் பூட்டப்பட்டிருந்தது. சுடும் பாறையாய்த் தகிக்கும் உடல். வெப்பக் காற்றாய் நடனமிடும் உடை. பசியில் தாகத்தில் எரிகுழம்பாய் கண்ணீர் வெடிக்க, மீண்டும் பூட்டிய நகரத்திற்குத் திரும்பினான். வீடுகளின் துளைவழி தாகம் தாகம் என்கிற கதறல். தொற்று அபாயத்தில் துளைகளும் அடைக்கப்படுகின்றன. ஐம்பது பேர் கொண்ட மரண ஊர்வலத்தில் தாகம் தாகம் என்றான். பறையோசையில் நகரம் அதிர ஆடிச்செல்லும் கூட்டத்தில் ஒரேயொரு தும்மலோசை கேட்க, பாடையை அங்கேயே போட்டுவிட்டுத் தெறித்து ஓடினார்கள். ஏதுமறியா சலாம் காளி கோயிலுக்குள் ஓடி ஒளிந்தான். அங்கே நீர் சொட்டும் சத்தம். தேடிச் சென்று மிடறு மிடறாய்ப் பருகினான். சுடும் உடலிலிருந்து பறந்த ஆவி கண்டு காந்தி ராமன் பதறி ஓடிவந்தான். நீ யார் உன் பெயர் என்ன, உன் அப்பா பெயர் என்ன என்று விசாரித்தான். என் பெயர் அப்துல் சலாம், அப்பா பெயர் ரஹீம். "எங்களின் வாழ்வை அழிக்க அரேபியாவில் இருந்து வந்தவனே" என்ற வார்த்தைகள் சலாமின் கைகளைத் திருகி முதுகில் குத்தின. நிலையிழந்து வீழ்ந்த சலாமின் வயிற்றிலும் நெஞ்சிலும் ஓங்கியோங்கி உதைத்தான். மீண்டும் மீண்டும் அடித்ததில் கிழிந்து தொங்கியது சலாமின் உடை. அவன் கடைவாயில் இருந்து ரத்தம் சொட்டும் சத்தம். மிடறு மிடறாய்க் குடித்தான் காந்தி ராமன். பின் காளியின் நிழலில் இளைப்பாறிய காந்தி ராமனின் வாயின் மீது ஒற்றைக் காலை வானில் செருகிய மிருகம் சிறுநீர் பெய்து சென்றது.

ரத்தத் தீவு

கடவுளைத் திருடி வயிற்றை நிரப்புமொருவன் பாலத்துக்கடியில் ராமர் சிலைகளை அடுக்கிக்கொண்டிருந்தான். அச்சிலைகளில் ஒன்றில் வனத்தில் சீதை தொலைந்த துக்கத்தில் ராமன் அழுது கொண்டிருந்தான். கோணியில் இறுக்கிக் கட்டி இருசக்கர வாகனத்தில் கடத்திச் செல்லும்போது எல்லாத் திசைகளையும் திரும்பித் திரும்பிப் பார்த்தான். தொலைதூரத்தில் சைரன் ஒலிக்கப் புதருக்குள் வண்டி மறைந்தது.

பனை மரங்களுக்கிடையே சஞ்சீவினி மலையோடு சிக்கிக்கொண்ட வால் ஹரே ராம ஹரே ராம என்று அலறியது. கோணிக்குள்ளிருந்த ராமனின் செவிகளில் விழவில்லை. சீதா சீதா என்று ஒலித்த குரல் கோணிக்கு வெளியேயும் கேட்கவில்லை.

திருட்டுப் போன இடத்திற்கு விரைந்துவந்த காவலாளிகள் பறக்கும் விமானம் மூலம் துரிதமாகத் திருடனைத் தேடினர். கண்ணிமைக்கும் நேரத்தில் வெங்காயத் தாமரைக்குள் ஓடி ஒளிந்துகொண்டான். தண்ணீரில் இறங்கிய காவலாளிகள் தண்டை ஒடித்துப் பார்த்தனர். ஒடிக்க ஒடிக்கத் தண்டு விட்டுத் தண்டு பாய்ந்தான்.

மிச்ச மீதியின்றி அனைத்துத் தண்டுகளும் உடைந்துவிட்டன. பனை உச்சியில் ஓலைகள் கிடுகிடுத்தன. கிறுக்குப் பிடித்த காவலாளிகள் பனையை வேரோடு சாய்த்தனர்.

அவிழ்க்கப்பட்ட கோணியிலிருந்து கடவுளைக் கீழே கொட்டியபோது, "என் நகைகளை எடுத்துக்கொண்டு என்னை மட்டும் உயிரோடு விட்டுவிங்கள்" என்று காலைப் பிடித்துக் கெஞ்சினான் ராமன்.

ஆ... இது ஐம்பொன் சிலை இல்லை; பித்தளை.

ஏமாற்றமடைந்த காவலாளிகள் சிலைகளைக் கரைப்புதரில் வீசிச்சென்றனர். விட்டால் போதுமென்றிருந்த ராமன் தென்னிலங்கையை நோக்கி ஓடினான்.

கட்டப்பட்ட கைகள் குதத்தில் தொங்கின.

பின்மண்டையைக் குறிவைத்தான் புத்தன். கடலில் மிதந்தது ரத்தத் தீவு.

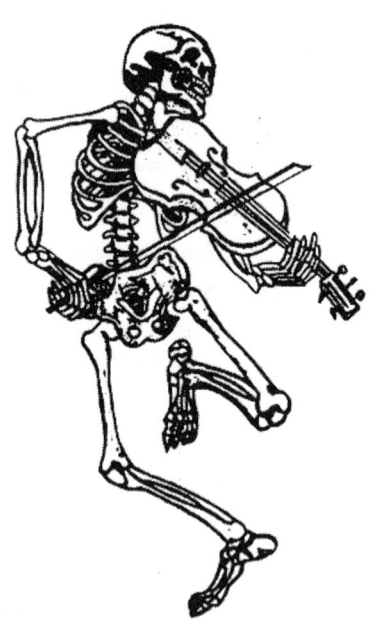

சுடுகாட்டுக் கறுஞ்சிவப்புக்கொடி

மூலக்கொத்தளம் சமாதி மேட்டில் மலம் கழிக்கும் சிறுவன். சிறுநீர் வாடையை நுகர்ந்து உரக்கச் சிரித்த மண்டையோடுகள் கிரானைட் கல்லறைகளைச் சம்மட்டியால் ஓங்கியோங்கி அடித்தன. பிளந்து தெறித்த துகள்கள் வீழாது வானில். எலும்புக்கூடுகளாய் ஒட்டியிருந்த கம்பிகளைச் சேகரித்த இடைச்சி தேடும் ஆடுகள் மேய்ந்தவாறே பிணமெரியும் தழலில் நுழைந்து புளியங்கொம்பை வளைக்கின்றன. மல்லிப்பூக்கள் பரந்துதிர்ந்து கிடக்கும் சமாதி மேட்டை நக்கிக்கொண்டிருந்த மிருகம் புதர்ச்செடிகள் விலகும் சத்தத்தில் அலறியோடியது. அதன் மூக்கில் ஒட்டியிருந்த காரா பூந்திகள் வழியெங்கும். யாருமற்ற சுடுகாட்டு மைதானத்தில் வடக்கிலிருந்து பறந்து வரும் கால்பந்து, தெற்கை இழுத்துச் செல்கிறது. உருண்டோடும் பந்தை முன்னும் பின்னுமாய்த் துரத்திச் செல்லும் இரு ஜோடி காலணிகளுக்கு எண்ணிலிறந்த மணிக்கட்டுகள் ஒன்றை ஒன்றை உரசி ஒலியெழுப்புகின்றன. இடைவிடாது ஒலிக்கும் விசில் சத்தம் சுடுகாட்டை அனல் பறக்கவைக்கிறது. செடிகொடிகளை விலக்கி நடராசன், தாளமுத்துக் கல்லறையைத் திறக்கிறார் பெரியார். சிறைக் கொட்டடிகளில் சிந்தும் ரத்தம் ஆழியாய்ப் பெருக்கெடுக்க, மிதக்கும் படகில் உயர உயரப் பறக்கிறது கறுஞ்சிவப்புக்கொடி.

மண்டையோட்டின் முகக் கவசங்கள்

எந்த நூற்றாண்டில் பற்றவைத்த நெருப்பு இன்னும் எரிக்கிறது சேரியை. ஊருக்குள் இருந்தபடியே ஊதாங்குழலால் அணைந்த நெருப்பை ஊதிக்கொண்டிருப்பது யார். பசியுற்ற கண்ணனுக்கு மாட்டின் முட்டி எலும்பின் குழம்பைச் சற்று முன்புதான் தட்டிக் கொடுத்தேன். எரிந்தபடியே இடைவிடாது பாடும் புல்லாங்குழலையாவது காப்பாற்றுங்கள். இது விருந்தாளியின் தலைமுறைக்குக் கைம்மாறு அல்லவா. மண்புழுவைக் குத்தும் கடப்பாரை, நத்தையின் முதுகில் தீப்பந்தம், பட்டாம் பூச்சிச் சிறகுகளில் உருட்டுக்கட்டை, பஞ்சாரத்தின் ஓட்டையில் பெட்ரோல் குண்டு. தப்பித்தோடும் சுருங்கிய தோலை சம்மட்டியால் அடிக்கும் வாலிபன் உடைந்த கட்டிலின் கால்களைப் பொறுக்கிப் பத்திரப்படுத்துகிறான். நெளிந்த பீரோவுக்குள் இருந்த மினுமினுப்பை அள்ளி ஓடுகிறார்கள். அங்கொருவன் தலை துண்டிக்கப்பட்ட உடைந்த கூண்டுச் சிலைக்குக் காவிச் சாயம் அடிக்கிறான்.

முகக் கவசம் அணிந்த ஓர் ஆணும் பெண்ணும் நடுநிசியில் ஓடுகின்றனர். இருவரையும் துரத்தும் கத்திகள் நந்தனம் சிலையைக் கண்டதும் தரையைத் தொழுதன. ஊரடங்கின் இரவு மயான அமைதியில். நாய் கவ்விய நடைமேடை தவறி விழுந்தது. அண்ணா சாலையில் இருந்து பாரிமுனை நோக்கி உருண்டோடும் இரண்டு பனங்கொட்டைத் தலைகள். சமூக இடைவெளியுடன் உறங்கிய குடும்பம் பெண் குழந்தையைத் தேடியலைகிறது.

மண்டையோட்டை முகக் கவசமாக்கியவனைக் கோயம்பேட்டில் கண்டேன். ஓட்டின் தலைப்பகுதியில் வெட்டுத் தழும்பு. தண்டவாளத்தின் அடியில் கிடைத்ததாம். ஒன்றை எடுக்கும் கணத்தில் ஊற்றாய் மண்டையோடுகள் பெருகப் பெருக, மிரண்டு ஓடிவந்துவிட்டானாம். ஓர் தாய் தண்டவாளத்தில் குப்புறக்கிடந்த அரும்பு மீசையின் பாதத்தைக் கன்னத்தில் அழுத்தி அழுகிறாள். சிதறிய ரத்தத்துளிகளில் எண்ணற்ற இரயில்கள் தடதடத்தன.

எரியும் தந்தையின் சிதை மீது பாய்கிறாள் மகள். தொற்றில் இறந்த தந்தைக்கு எழுபது வயது. மகளோ என் தந்தைக்கு ஏழு வயதுதான். சில நேரங்களில் என் வானத்தில் தூக்கிப் போடும் பொம்மை. என் நுரையீரலில் இருந்து ஊதிப் பெருகும் பலூன். பிரசவிக்காத என் குழந்தை. எப்போதும் சுமக்கும் எடையற்ற சுமை. இப்படி இன்னும் நிறையச் சொல்லலாம் என் தந்தையை. அவர் என் தந்தை அல்ல என் குழந்தை; இன்னும் பிரசவிக்கா குழந்தை என்று கதறியபடியே தன் குழந்தையின் சிதையில் விழுந்து எரிகிறாள். மண்டை ஓடுகளில் மலரும் தாமரை மலர்கள், தொழுவத்தில் கிருமி நாசினி தெளித்துக் கொண்டிருக்கின்றன. சிதையின் சுடரை இரவல் பெற்றுத் தேசமே விளக்கேற்ற, பிரபஞ்சமெங்கும் ஒலிக்கின்றன கைத்தட்டும் ஓசைகள்.

இரு திசைகளிலும் நகரும் ரயில் பெட்டிகள்

சுடுகாட்டின் வடக்கே கிழக்கும் மேற்குமாய் நீளும் முடிவற்ற தண்டவாளங்களைப் பன்றிகள் மேய்கின்றன. உறுமல் சத்தத்துடன் தூரத்துக் கானலில் அலைவுறும் ரயில். தண்டவாளத்தின் மீது மலம் கழிப்பவன் செல்திரையில் மூழ்கியிருந்தான். அவன் பிடரி மீது காய்ந்த மலத்தை எறிந்த முதியவள் இருப்புப் பாதையினோரம் கீரையில் தோய்ந்த இட்லி தோசைகளைப் பன்றிக்குத் தின்னக் கொடுத்தாள். தனியே விழுந்த வாகெலும்பிலிருந்து சுண்ணாம்பு எடுத்து நாக்குச் சிவந்த நிலைய அதிகாரி எலும்பில் துளையிட்டு நீரெடுத்துப் போத்தல்களில் நிரப்புகிறான். பிரியும் இரு தண்டவாளங்களுக்கு நடுவே பாழடைந்த மைதானத்தில் இளைப்பாறும் காற்பந்தைப் பன்றிகள் புதருக்குள் எத்திச் செல்கின்றன. புதராழத்திலிருந்து வான்நோக்கிப் பன்றியைத் தூக்கித் தூக்கிப் போட்டு விளையாடும் பந்து கண்ணாடிச் சில்லுகளில் கிழிந்தது. காற்றுடைந்த பந்து நார் நாராய்க் கிழிந்து பஞ்சாய்ப் பறந்தன. இரும்பு வேலியில் காயும் முதுகெலும்பை உடுத்திய ஈரச் சட்டை பள்ளிக்குச் செல்கிறது. சுடுகாட்டின் கிழக்கிலுள்ள ராம்தாஸ் நகரில் குரங்கு பொம்மையைத் தரையிலடித்து விளையாடும் சிறுவன் சிதறிய சஞ்சீவி மலைக்குள் ஒவ்வொரு விரலெலும்பையும் நுழைத்துத் துலாவுகிறான். தொழுவமிருந்த சமாதி மேட்டில் துளையிட்டு வானை எட்டிப் பார்க்கும் குரங்கு ஜெய் ஹனுமான் ஜெய் ஹனுமானெனக் கத்தியது. பன்றிகளின் உறுமல் சத்தத்துடன் அதிரும் தண்டவாளங்கள் இரு திசைகளிலும் பெட்டிகளை நகர்த்துகின்றன.

புகையாய்ப் பறக்கும் நரைகள்

ஆதாம் சந்தைக்கு எதிர்த் தெருவான ஆசூதீன்கான் தெருவில் நடந்து சென்றேன். கான்கிரீட் வேர்களில் ஊன்றிய கறுப்பு வெள்ளைக் கம்பத்தில் பறக்கும் கொடியின் நிழலில் அறுந்த செருப்பைத் தைப்பவன் உடைந்த கண்ணாடியைப் பின்னங்கழுத்தில் இறுக்கியிருந்தான். மின்பெட்டியில் ஒட்டியிருந்த மூலம் பௌத்திரம் விளம்பரத்தைச் சுவைத்த ஆடு மரணப் பாதையில் உதிர்ந்த ரோஜாக்களை மேய்ந்துகொண்டிருந்தது. நகரமெங்கும் ஒலிக்கும் கடைவாய்ப் பற்குழியில் மே... மே... எனக் கத்துமோசை. மின் கம்ப உச்சியிலாடும் கோவக்கொடியின் காய்ந்த நுனி தேனைச் சுமந்து காற்றிலாடுகிறது. பெரியபாளையத்தம்மன் கோயில் புற்றினோரம் அசைபோடும் ஆட்டுக் குட்டி ஐந்து தலை கல்நாகத்தின் வாயை மோந்து புழுக்கையிட்டது. மென்பச்சைச் சுவரில் ஓமென்ற வார்த்தையைச் செருகி நின்ற கரும்பு வேலில் கணுக்களை எண்ணுகிறான் வீடு திரும்பும் ஈவ் பள்ளிச் சிறுவன். அரச வேரின் நிழலில் பீடியைப் பற்ற வைத்த தீக்குச்சி தாடியைப் பொசுக்குகிறது. புகை புகையாய்ப் பறக்கின்றன நரைமுடிகள். அப்புகையினுள் மாசா அமினியின் இறுதி ஊர்வலம் துப்பாக்கிச் சூட்டில் பொசுங்குகிறது. மயிரை வெட்டும் ஈரானியப் பெண்கள் ஹிஜாப்பைக் கொளுத்துகின்றனர்.

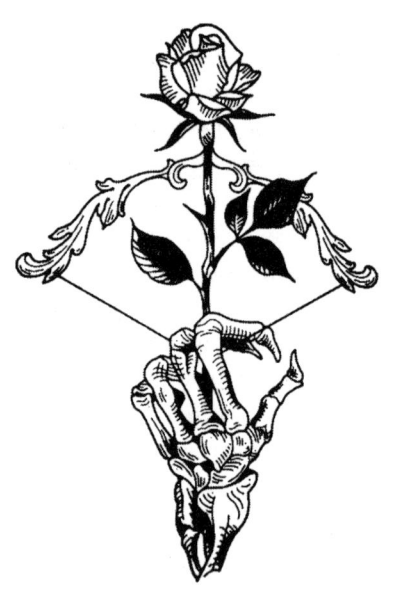

பறையாடும் ராம ஜோடி

நகரச் சாலைகளின் இருபுறங்களும் குடைவிரித்த வேர்களை அறுத்தெறிந்து கால்வாய்களைப் புனரமைக்கும் பணி மந்தகதியில். நகர் மூலைச் சுடுகாட்டில் வசிக்கும் ராமன் முலைக்காம்பு நிற இரவு உதிர்ந்தும் சூரியனைத் தலைக்குவைத்து உறங்குகிறான். மாட்டுக்கறி வத்தலை வறுக்கச் சொல்லிக் கெஞ்சியபடி தலை உலர்த்தும் சீதை கூரிய இரு கொம்புகளால் ராமனின் குண்டியில் குத்தி உறக்கத்தை உதிரச் செய்தாள். எவ்வளவு நேரம்தான் மாட்டுவாலை உலர்த்துவாளோ முனங்கியபடி புதைமேடுகளுக்கு நடுவே கன்றின் குதத்தைப் புணரும் ராமன், அதன் முதுகெலும்பைக் காய்ச்சிச் சூப்பு வைத்தான். வான் நோக்கி மேலெழும் ஆவி சுடுகாட்டைத் தாண்டி மணக்கிறது. பாண்டவர்களும் கௌரவர்களும் கபாலத்தை ஏந்தியபடி முண்டியடித்துச் சுடுகாட்டைத் திறக்கிறார்கள். எலும்பு தடுக்கி விழுந்த சகுனி பல்லுடைந்ததும் தெரியாது எழுந்தோடுகிறான். கையிலிருந்த கபாலத்தில் சிறுகீறலுமில்லை. குலுங்கும் சலங்கையைக் கழற்றிச் சூப்புப் பானையை மறைத்துவைத்த சீதை வெறுங்கையை விரித்து விரித்துக் காட்டுகிறாள். சுணங்கிய கபாலங்கள் நாவறண்டு திரும்புகின்றன. மெல்லத் தன் தோலை உரித்துப் பறையடித்து ஆடுகிறார்கள் ராமனும் சீதையும்.

மாறுவேடம்

கழுத்து நரம்பைக் கோணூசியில் உருவி பாசுபதஅஸ்திரத்தை வளைத்துக்கட்டிய அர்ஜுனன் வைரஸ் தொற்றிலிருந்து தப்பிக்க பசுவின் சாணத்தைக் கோமியத்தில் கரைத்துக் குளிக்கிறான். மண்டையில் குட்டுவைத்த மருத்துவச்சி கோவிட் தடுப்பூசியைப் புஜபலத்தில் குத்தியிறக்குகிறாள். வில்லோடு வந்த வேட்டுவச் சிவன் வேடுவப் பறிகுழியில் பதுங்கி நடுக்கத்துடன் ஒற்றைக் கண்ணால் எட்டி எட்டிப் பார்க்கிறான். அர்ஜுனனின் இருமலால் சிவனின் உடலைக் கவ்வியது காய்ச்சல். வனாந்திரத்தில் எந்தப் பூவும் மணக்கவில்லை. நாநுனிக்கு எந்தச் சுவையுமில்லை என்று பார்வதியிடம் துணுக்குற்றான். துப்பட்டாவை முகக் கவசமாக்கி வயர்கூடையைத் தூக்கிக்கொண்டு மாமிசம் வாங்கச் சென்றாள்.

நீண்ட வரிசையில் தனக்கான வட்டத்தில் நிற்பதை செல்ஃபி எடுத்துத் தன் கணவனுக்கு அனுப்புகிறாள். வலுத்துக் காயும் வெய்யிலில் தலைசுற்றியது. முழுத் துப்பட்டாவையும் உருவி கண்கள் மட்டும் தெரிய இறுக்கிக் கட்டினாள். அவள் கண்கள் விண்மீனைப்போல் மின்னின. செல்போன் கேமராவில் தன்னை அழகுபடுத்தி முன் நிற்கும் இளைஞனை நோக்கினாள். பின் நிற்கும் வயோதிகனின் செல்போனில் 'பார்வதி என்னைப் பாரடி' ரிங்டோன் ஒலிக்கிறது. அதிர்ச்சியுற்றவள் தன் சுடிதாரை ஒழுங்கு செய்வதுபோல் பாவனை செய்தாள்.

மாறுவேடத்தில் வந்த சிவன் கண்களால் வளையத்தில் இருந்து பார்வதியை இழுக்கப் பார்த்தான். முகக்கவசத்தை மூக்குக்கும் மேல் போடச்சொல்லி சைகை செய்தாள். அவன் மேலே இழுக்கும்போது வாயின் மேற்பகுதிக்குச் சென்றது. உதட்டின் கரும்பள்ளங்களில் பார்வதியைப் பதுக்கினான். தனிமையில் சந்திப்போமா என்றாள். எனக்குக் காய்ச்சல். கொரோனா முடிந்து பார்ப்போமே என்றான். அவள் இப்போது கண்களையும் சேர்த்து மூடிக்கொண்டாள். துப்பட்டாவை அவிழ்த்து முடிந்த கணத்தில் அவளை அடையாளம் கண்டுகொண்டான்.

அப்போது தெருவில் ஒருவன் கிருமிநாசினி தெளித்துக்கொண்டு வந்தான். புகைமூட்டத்தில் மறைந்து போனான் சிவன். கொரோனா தடுப்பு உடைகளோடு மட்கும் குப்பைத்தொட்டியின் முனையில் தொங்கிக் கொண்டிருந்தது பாசுபத அஸ்திரம்.

எரியும் நகரம்

ஆக்சிஜன் தட்டுப்பாட்டால் மூச்சுவிடச் சிரமப்படுகிறான் ராமன். சிவப்பேறிய கண்களுடன் உயிருக்குப் போராடும் தன் கணவனைக் காப்பாற்ற சிலிண்டரைத் தேடிச் சென்றுவிட்டாள் சீதை. மருத்துவமனை எங்கும் தேற்றுவாரற்ற கேவல்கள் காதை அடைக்கின்றன. பெருக்கெடுக்கும் கண்ணீர் கங்கையில் கலக்க, கழுகுகளின் சிறகுகளோ வானத்தை மறைத்திருந்தன. பீதியில் உறைந்த நகரம் அங்குமிங்குமாய் அலைக்கழிகிறது.

சிலிண்டரின்றி ஏமாற்றத்துடன் திரும்பியவள் ராமன் படுக்கையில் வேறு நபர் இருப்பதைக் கண்டு அதிர்ச்சியுற்றாள். இங்கிருந்தவர் எங்கே என்று வினவினாள். மூத்திரப்பையை ஏயேந்தியபடி தப்பிச் சென்றுவிட்டார். எந்தப் பக்கமாகச் சென்றார். படிமேல் ஏறிச் சென்றதாக அங்கிருந்த செவிலியர் சொன்னார். எவ்வளவோ தடுத்துப் பார்த்தோம். எல்லாத் திசையிலும் வளைத்துப் பிடிக்க முயற்சி செய்தும் சுவருக்குள் புகுந்து தப்பிவிட்டார். சுவருக்குள் நுழைந்து பிடிக்க முயன்ற எங்கள் சீனியர் மருத்துவருக்கு மண்டை உடைந்ததுதான் மிச்சம். யாரும்மா அந்த அதிசய மனிதர். அட நீங்க வேற... வேலைக்குப் போகாமல் தினமும் குடித்துவிட்டு என்னை அடிக்கிற மனுசன் அவர். ஒன்னுக்கும் உதவாத ஆளு அவர். சரி சரி அதெல்லாம் பேசுற நேரமா இது. படியேறி எங்கு சென்றார். வானத்தில் குதித்துவிட்டார். என்ன சொல்றீங்க. அவர் பறவையா என்ன? சும்மா விளையாடாமல் உண்மையைச் சொல்லுங்கள். அதே படுக்கைக்குத் துணையிருக்கும் பெண்ணொருத்தி வலி தாங்க முடியவில்லை. மூச்சுவிட முடியவில்லை என்று முனகியபடியே போனார். மேலும் சும்மா வெட்டியாகப் பேசி நேரத்தை வீணாக்காமல் மேகங்களில் தேடு என்றாள். குழப்பத்துடன் படியேறிச் சென்றாள் சீதை.

விரல் தொடும் சுவரை உற்றுப் பார்த்தபடியே மொட்டை மாடிக்குச் சென்றாள். மேகமற்ற வானம் செந்நிறம் பாரித்திருந்தது. உச்சிக்கிளையின் நடுவே கழுத்து மாட்டிக்கொண்டது. பின் கிளையொடிந்து டைல்ஸ் தரையில் தலைகீழாய் விழுந்தான். தரையில் மோதிய ஒலியில் நகரம் அதிர்ந்தது. சுடுகாட்டுக்கு எடுத்துச் செல்ல ஆம்புலன்ஸ் வரவில்லை. தன் தோளில் தூக்கிச் சென்றாள். சுடுகாட்டில் பிணத்தை எரிக்கக் கேட்ட பணம் சீதையை விழிபிதுங்கச் செய்தது. பின் கங்கைக் கரையோரம் மணலைத் தோண்டிப் புதைத்துவிட்டு வீடு சென்றாள்.

மறுநாள் காலையில் பறக்கும் விமானம் கங்கையைச் சுற்றியலைவதைத் தொலைக்காட்சியில் பார்த்தாள் சீதை. கரையொதுங்கிய பிணங்களைக் கண்டு வாயைப் பொத்தி அழுதாள். மல்லாக்கக் கிடந்த உடலை மிருகம் குதறிக்கொண்டிருந்தது. படித்துறையில் மிதந்த ராமனின் கண்களைக் காகம் கொத்திக் கொண்டிருந்த வேளையில் கழுகொன்று அயோத்தியை நோக்கிப் பறந்தது. கனம் தாங்காது விழுந்த கழுகும் ராமனும் சரயு நதியில் நீராட இடைவிடாது எரிகிறது இரவும் பகலும்.

எலும்புக் குவளை

மாட்டு வத்தல் வாங்க கட்டைப் பையை எடுத்துக்கொண்டு சந்தைக்குச் சென்றான் தர்மன். பேருந்தில் செல்லும்போது கறி மணக்கும் கட்டப்பையை அருவருப்பாகப் பார்த்து மூக்கைப் பொத்தும் சக பயணிகளில் சிலர் சந்தையில் கூடுதல் எலும்புகளைக் கேட்டு வாங்கிச் செல்பவர்கள். அதிலும் முருகப்பத் தேவர் சந்தைக்கு உள்ளே வராமல் கிலோ கணக்கில் கறியும் வத்தலும் வாங்கிச் செல்பவர். அடையாளம் கண்டுகொள்வார்கள் என்பதால் வெள்ளைத்துண்டால் முக்காடு போட்டு முகத்தையும் மூடிக்கொள்வார். ஒருமுறை தெருவில் கிரிக்கெட் விளையாடிக் கொண்டிருந்தான் தர்மன். எல்லைக்கு அப்பால் பறந்த பந்து முக்காட்டு மண்டையைப் பதம் பார்த்துவிட்டது. அய்யோ என்று துண்டைக் கழற்றும் போதுதான் தெரிந்தது அது முருகப்பத் தேவர். பந்தை எடுக்கப்போன தர்மனை, அவர் பையில் இருந்து வந்த வத்தல் வாசம் அள்ளிச் சென்றது. மோப்பம் பிடித்ததைக் கண்டுகொண்டவர் வெடுக்கென்று பையைத் தூக்கிக்கொண்டு திரும்பிக்கூடப் பார்க்காமல் விருட்டென்று சென்றுவிட்டார்.

அன்று சந்தையே தெரியாத அளவுக்குக் கூட்டம் நிரம்பி வழிந்தது. கொரோனா இரண்டாவது அலை உயிர்களைக் காவு வாங்குவது தெரியாமல் ஒருவரோடொருவர் உரசிக்கொண்டிருந்தனர். ஒருவன் மாஸ்க்கை வாய்க்கு மேல் தூக்கியபடி எச்சிலைத் துப்பினான். துண்டால் முகத்தை மூடியிருந்தவன் மூக்கைச் சிந்தி சந்தை மீது எறிந்தான். கறி வாங்காமல் வீடு திரும்ப நினைத்தான் தர்மன். வத்தலற்ற உணவு தொண்டையில் இறங்காது என்பதால் கூட்டம் காலியாகும் வரை இருந்து வாங்கி விட்டுத்தான் வந்தான்.

எலும்புக் குவளையில் கொதித்துக்கொண்டிருந்தது கன்று. முதல் மிடறு உதட்டை எரிக்க, மின்விசிறியில் ஆறவைத்தான். மிதமான சூட்டில் அருந்தி, சலங்கை குலுங்க வாலை அசைத்துச் செல்லும் திரௌபதியை இறுக்கிக் கட்டியணைத்தான். அவள் உடலெங்கும் வத்தல் வாசம். கொம்புகளைப் பிடித்துக் காளையை அடக்குவது போல் தர்மனைத் தள்ளினாள். தள்ளிய உடலைப் பத்துவிரல்களால் இழுத்துக் கவ்வினாள். இருவரும் வாய் முத்தத்தில் ஒருவரை ஒருவர் விழுங்கிக்கொண்டிருந்தனர். தர்மனும் திரௌபதியும் நான்கு பேருக்குத் துரோகம் இழைத்ததாய்த் தெருவெங்கும் ஒரே புலம்பல்.

மாமிச மஸ்தகம்

உடல் தசைகளை முறுக்கேற்ற நான்கு தலைகளுடன் அன்ன வாகனத்தில் விரைந்தான் பிரம்மன். சிக்னலின் சாலையோரத்தில் ஒவ்வொரு வாகனத்தையும் இடைமறித்த காவலர்கள் முகக் கவசமற்றவர்களுக்கு அபராதம் விதித்துக் கொண்டிருந்தனர். பதற்றமடைந்த பிரம்மன் அன்னத்தின் சிறகுகளை ஒடித்து முகத்தில் கட்டிக்கொண்டான்.

‘‘நீங்கள் சொன்ன இடத்திற்கு வந்துவிட்டேன். இதற்குப் பிறகு எப்படி வருவது.” “எங்கள் பணியாள் வந்து உங்களை அழைத்துவருவார்” என்றாள். சிவப்புநிறத் தொப்பி அணிந்த பையன் “வாங்க சார்” என்றான். படிக்கட்டுகள் வழியாகப் பின்தொடர்ந்த பிரம்மன் சுவர்களில் ஒட்டியிருந்த மசாஜ் விளம்பரச் சுவரொட்டிகளைக் கண்டதும் குதூகலமடைந்தான். பணத்தைக் கட்டிவிட்டு அறைக்குள் சென்றவன் மலைமுகட்டில் ஏறிக்குதித்து விளையாடுவதுபோல் பருத்த முலைகளைப் பற்றியேறி விளையாடிக்கொண்டிருந்தான். மார்க்காம்புகளின் சுவையில் மயங்கிக் கடித்து விழுங்கிவிட்டான்.

‘‘அடப்பாதகா! என் காம்புகளைக் கொடு... இல்லையேல் உன்னைத் தொட விடமாட்டேன்” என்றாள். “போகும் போது கொடுத்துவிட்டுப் போகிறேன்” என்றான். “உன்னை இப்படியே விட்டால் என்னையே விழுங்கி விடுவாய். முதலில் என் காம்புகளைக்கொடு” என்றாள். “சரி நீயே எடுத்துக்கொள்” என்றபடி முடிக்கற்றைகளை முகர்ந்தான். இரைப்பையில் கைகளை விட்டுத் துழாவிக்கொண்டிருக்கையில், நறுமணத்தில் ஒவ்வொரு கற்றையாய்க் கடிக்கத் தொடங்கியிருந்தான்.

ஆவேசமடைந்தவள் பிரம்மனின் ஒரு தலையைப் பிய்த்துவிட்டாள். இனி உனக்கு எந்த வாடிக்கையாளனும் வரமாட்டான் என்று சாபமிட்டான். மேலும், "அது கபாலமாய் மாறி உன் கையைவிட்டு அகலாது இருக்கும். இனி உன் ஆயுள் முழுக்கப் பிச்சை எடுத்துதான் வயிற்றை நிரப்புவாய்" என்றான். ச்சீ... போ என்று லிங்கத்தின் மீது எட்டி உதைத்தாள். இடுப்புக்குக் கீழே கைகளைப் பொத்தியபடி அலறி ஓடினான் பிரம்மன். கழற்றிய நகைகளை எடுக்கும் போதுதான் மார்க்காம்புகளையும் கழற்றி வைத்தது அவளுக்கு ஞாபகத்தில் வந்தது.

பிரம்மனிடம் மன்னிப்புக் கோரினாள். பிரம்மனின் மார்புகளில் இருந்து ரத்தம் சொட்டிக் கொண்டிருந்தது. காமத்தால் கிள்ளி எறியப்பட்ட தலையை நினைத்து மூன்று தலைகளும் மாட்டுவால் சூப்பை அருந்திக்கொண்டிருந்தன.

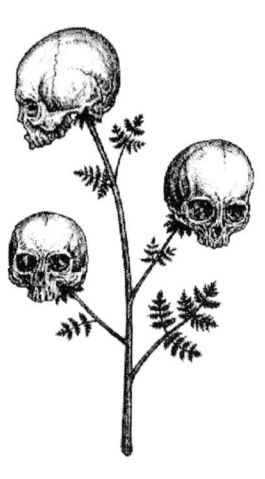